AF797696

புன்னகை சிந்திய கண்ணீர்கள்

ரா.ராஜலட்சுமி

ஏலே பதிப்பகம்

புன்னகை சிந்திய கண்ணீர்கள்
ஆசிரியர் © **ரா.ராஜலட்சுமி**

முதற்பதிப்பு 2021
பக்கங்கள் 96

புத்தகத்தின் முழு உரிமையும்
ஆசிரியருக்கே சொந்தமாகும்
©Rajalakshmi
ISBN 978-93-5533-039-0

புத்தகம் வெளியிடு
ஏலே பதிப்பகம்
aelaypublish@gmail.com
phone – 9944992571

Aelay Publish
www.aelaypublish.com

ஒரு சமூகத்தை
ஒரு சமூகத்தின் பிரதிபலிப்பை அதன் உள்ளடக்கத்தை
அடக்கிய
ஒரு கவிதை புத்தகம் தான் இது

மனித சமூகத்தின் பல உணர்வுகளை இதில் உணர
முடியும் இது உணர்த்தும்

சகோதரி ராஜலட்சுமியின் எழுத்துக்கள் மூலம்
அவரின் சமூக அக்கறையையும்
சுய தேடலையும்
நாம் உணர முடியும்

இப்படிபட்ட ஒரு படைப்பை
வெளியிடுவதில் ஒரு மனநிறைவடைகிறேன்

இன்னும் இவரின்
எழுத்துக்கள் மென்மேலும் வளர்ந்து
இன்னும் பல படைப்புகளை வெளியிட

எனது
மனமார்ந்த
வாழ்த்துக்கள்

கவிஞன் மொழி

நிறைய காதல் கவிதைகள் பேசப்படும் இந்த கால கட்டத்தில் மனுஷர்களின் உணர்வுகளை பற்றி பேசும் புத்தகம் தான் இது. பெரும்பாலானவை தனிமை பற்றியே எழுதப்பட்டிருக்கும் அதற்கான காரணமென்று பார்த்தால் பெரிதாக ஒன்றுமில்லை அந்த நேரத்தில் எனக்கான தேவை எதுவோ அதுவாகவே என் தனிமை எனக்கு மாறியிருக்கும். தனிமை என்பதே பல பிம்பங்களை தன்னுள் கொண்டது தானே அதில் சிலவற்றின் பிரதிபலிப்பை இதில் நீங்கள் பார்க்கலாம்.

பிறரின் வலிகளை என்னுள் நிறைத்து பார்ப்பதாலோ என்னவோ என்னை சுற்றிய எழுத்து நடையாகவே பல கவிதைகள் இருக்கும். ஆனால் அது நான் அல்ல என்னை சுற்றி நிகழும் சம்பவங்களின் எதிரொலியாகவோ அல்லது நான் காணும் ஏதோ ஒரு காட்சியின் பின்புலமாகவோ இருக்கலாம் இன்னும் சில நான் பார்த்து பேசிய நபர்களின் கண்ணில் தெரிந்த வலி அல்லது அவர்களின் புன்னகை சிந்திய இதழ்களின் அடியில் மடிக்கப்பட்ட நாவினால் மறைக்கப்படும் கண்ணீரின் கதைகளாகவும் இருக்கும்.

அப்புறம் சில கவிகள் பெண்மையின் உணர்வுகளையும் வலிகளையும் அவளின் தியாகங்களையும் சொல்லக் கூடியவைகளாக இருக்கும் ஏன்னா நானும் ஒரு பெண் தானே சோ எனக்குள் இருக்கும் பல சொல்லப்படாத கதைகளை இங்கு சொல்ல முயற்சித்து இருப்பேன். பெரும்பாலன பெண்களின் மிக சாதாரண சின்ன ஆசை கூட இங்கு வெளியில் சொல்லப்படுவதில்லை ஆசை மட்டுமே பட்டுவிட்டு அதற்கான முயற்சியை எடுக்கவே மாட்டாங்க கேட்டால் அதெல்லாம் தேவையில்லாதது என்று கடந்து போவார்கள் இன்னும் தெளிவாக சொல்ல

வேண்டுமானால் ரொம்ப சில்லியா இருக்குமோ என்ற பயத்தினாலே சொல்லியிருக்க மாட்டாங்க அதை தான் இதில் சொல்ல முயற்சித்துள்ளேன். நம்மை சுற்றி நாம பார்க்காமலே கடந்து போகும் சில விசயங்களை பற்றியும் நாம செய்ய கூடிய மிகச் சிறிய விசயம் கூட பலருக்கு எவ்வளவு பெரிய நிம்மதியை தரும் என்பதை இங்கு எழுத்தின் வாயிலாக சொல்ல முயற்சி செய்துள்ளேன்.

குறிப்பாக ஒரு கவிதை சம்மந்தமே இல்லாம இருக்கும் அது எதற்காகவென்றால் கடந்த ஆண்டு கொரோனா ஊரடங்கின் போது அத்தியாவசிய கடைகளுடன் மது கடைகளையும் இணைத்து அனுமதி அளித்து அங்கும் பாதுகாப்பு கருதி காவலர்களை நிறுத்திய நேரம் ஒரு காவல் துறை நண்பருடன் பேச நேர்ந்தது அப்போது அவர் பகிர்ந்துக் கொண்ட விசயங்களை கோர்வையாக்கி என் பார்வையில் எழுதியதே கடமையின் வலி என்ற கவிதை.

இறுதியாக இந்த புத்தகம் உங்கள் கைகளில் தவழ என்னை பெரிதும் இம்சித்த என் நண்பன் சந்திப் குமாருக்கும் புத்தகத்தை வெளியிட்ட கவிஞர். கவிஞன்மொழி அவர்களுக்கும் இந்நேரத்தில் நான் நன்றியை தெரிவித்து கொள்கின்றேன்.

ரா.ராஜலட்சுமி

புன்னகை சிந்திய கண்ணீர்கள்

எனது ஊர் ஓர் அறிமுகம்

கண்ணுக்கெட்டிய தூரம் வரை
பச்சை வர்ணம் பூசிய
விதவிதமான தோட்டங்கள்
மாந்தோட்டம் வாழைதோட்டம்
தென்னந்தோட்டம் என்று....

வானம் காய்ந்து
மழை வற்றிப்போனாலும்
குடி நீருக்கு ஒரு நாளும்
பஞ்சம் வந்ததில்லை....

மழைக்காலம் வந்தாலோ
ஊரை சுற்றியுள்ள
வாய்க்கால்கள் கிணறுகள்
ஏரி குளங்களில் எல்லாம்
நிறம்பி வழியும் தண்ணீர்
சிறார்களுக்கும் வாலிபர்களுக்கும்
நீச்சலடித்து நீந்தி மகிழ.....

இந்துக்களும் கிறிஸ்தவர்களும்
சக நண்பர்களாகவே
வாழ்ந்து வருவதற்கு சான்றாக
திருவிழாக்கள் தீபாவளி
பொங்கல் பண்டிகையிலும்
கிறிஸ்மஸ் ஈஸ்டர்
போன்ற பண்டிகையிலும்
நடைப்பெறும் உணவு
பரிமாற்றகங்களே சாட்சி பகரும்....

ஜாதி சண்டை இல்லை
மத சண்டையும் வந்ததில்லை
உள்ளுக்குள் அண்ணன் தம்பியாய்
அடித்துக்கொண்டாலும்
வெளியூர் நபரால்

ஒருவனுக்கு பிரச்சனை என்றால்
ஒன்றாக கூடக் கொள்வோம்....

பெண்களுக்கெதிரான
குற்றங்கள் அறவேயில்லை
காதல் திருமணத்திற்கு
தடையதும் வந்ததில்லை
சாதி மாறி திருமணமும் உண்டு
மதம் மாறிய திருமணமும் உண்டு...

ஆடல் பாடலுடன் பொழுது
கழிக்க ஏரிக்கரையும்
டூரிங் செல்வதற்கு
மலைக்காடும் போதும்...

அமைதி வேண்டுவோருக்கு
ஊத்துகுழி முருகன் கோவிலும்
மலை மேல் உள்ள தேவாலையமும்
போதுமானதாய் உள்ளது...

பஸ் வசதி இல்லை ஆனால்
வாகன வசதி தாராளமாய் உள்ளது
மண் சாலை என்ற பெயரில்லா
வண்ணம் சிமெண்ட் சாலையும்
தார் சாலையும் உள்ளது....

பத்தாம் வகுப்பு வரை
கட்டாய கல்வியும் உண்டு...
பட்டதாரிகள் இல்லாத
குடும்பமே இல்லை என்ற
உயரிய இலக்கை நோக்கி
முன்னேறி செல்லும்
உன்னத கிராமம் எங்கள் ஊர்...

பெருநகரங்களில் பெருமளவில்
காணப்படும் புள்ளிங்கோஸ்
விதவிதமான மண்டையும்
மண்டையில் கொண்டையும்
என வண்ண கலர்களில்
வலம் வருவதை தாராளமாய்
இங்கும் காணலாம்...

ஆண்டுக்கு ஒருமுறை வரும்
எட்டு ஊர் திருவிழா தான்
எங்கள் ஊரின் தனி சிறப்பு
அத்திருவிழாவின் போது
நடத்தப்படும் காளைகள் ஓடும்
{ எருது விடும் } விழாவும்
காளையர் மோதிக்கொள்ளும்
விழாவும் { கபாடி போட்டியும் }
இன்னும் தனி சிறப்பு சேர்க்கும்...

எத்தனை வித பண்டிகைகள்
வந்தாலும் ஊருக்கே
பொதுவான பண்டிகையாய்
கொண்டாடுவது
ஆகஸ்ட் 15 தும் ஜனவரி 26 தான்
அன்று எங்கள் ஊரின்
மொத்த நபர்களையும்
பள்ளியில் நடக்கும்
கொடியேற்றி மரியாதை செய்யும்
விழாவில் காணலாம்....

பெண் கல்வி பெண் விடுதலை
என்று கூவிக்கொண்டுள்ள
திராவிடர்களின்
இன்றைய நாட்களுக்கு மாறாக
இருநூறு ஆண்டுகளுக்கு முன்பே பெண்களால்
கட்டமைக்கப்பட்டு
பெண்களால் வழி நடத்தப்பட்டு
பெண்களே ஆட்சி புரிந்ததற்கு
சான்றாக விளங்குவற்காகவே
எங்கள் கிராமத்தின் பெயர்
நாச்சியார் என்றே துவங்கும்.

நான் யார் ??

வாயாடி உன்னிடம் வாய்
கொடுத்தவன் மீள்வானா
என் பாட்டி எனக்கான
அடையாளமாய் கூறியது....

என் ஒட்டுமொத்த சந்தோஷமே
என் அழகி தான்
என் தாத்தாவின் அடையாளம்...

நான் வாழும் வாழ்க்கையின்
பிடிமானமே நீ தான்
என் அம்மாவின் அடையாளம்...

நான்கில் நீயும் ஒன்று
அவ்வளவு தான்டா
அப்பாவின் அடையாளம்...

என் அக்கா குடும்பத்தையே
செழிக்கவைக்க வந்த லட்சுமிடா நீ
என் மாமன்களின் கர்வம்
பொங்கும் அடையாளம்....

அம்மாக்கு பிறகு நான் நிம்மதியா
தலைசாய்ந்து தூங்குவது உன் மடி தான்
என் தம்பியின் அடையாளம்....

எனக்கான ஒரே ஆறுதல்
நீ மட்டும் தான்டீ
என கண்கலங்கி போகும்
பிரியமுள்ள அக்கா....

மரணமே கண்முன் நின்றாலும்
என் பக்கத்துல நீ இருடீ
நான் நிம்மதியா சாவேன்
என் உயிர் தோழி....

எப்படி உன்னால மட்டும்
என் மனச புரிஞ்சுக்க முடியுது
உன்னிடம் பேசினால
எல்லாம் மாறி போகுதுபா
என் நண்பனின் அடையாளம் 👀......

நீ என் காலை சுற்றிய பாம்பு
நான் சாகும் வரைக்கும்
என்னால விடமுடியாத ராட்ஷசி
விட்டால் கொன்று விடுவாயே
என்னவனின் அடையாளம்...

நீங்க மட்டும் எங்க வாழ்க்கையில்
இல்லனா நாங்க எப்படி இருந்திருப்போம்
இத நெனச்சாலே மனசு நடுங்குது
நீ கடவுள் எங்களுக்கு தந்த பரிசுமா
எனக்கான என் பிள்ளைகளின்
அடையாளமாய்.....

இப்படி ஆளுக்கொரு அடையாளம் கூற
எனக்கு மட்டுமே தெரிந்த உண்மை
இவை அனைத்தும்
என் அடையாளம் அல்ல
என் அன்னை என்னை வளர்த்த
வளர்ப்பின் அடையாளம்.....
இயற்கையாய் என்னுள்
உருவான அடையாளங்கள்.....

என் அம்மாவிற்கு அர்ப்பணம்
I miss you Amma......

என் தேவதைகள்

எண்ண கூட்டினுள் இடமும்
வலமுமாக ஏதோ ஒன்று
பிசைந்துக்கொண்டிருக்க...

எதுவென்று விளங்கயியலா
மன நிலையுடன்
செய்வதறியாது நின்றேன்...

என்னை நோக்கி பார்த்தேன்
என்னை சுற்றிலும் உள்ள
என் சூழலையும் சற்று
நிதானித்து கண் நோக்கினேன்
வெறுமையின் நிழல் மட்டுமே
என் மீது படர்ந்தது...
வெற்றிடம் மட்டுமே
கண்ணுக்குப் புலப்பட்டது...

என் கால்கள் பெலனற்று
நான் நிற்கும் பூமியும்
வேகமாய் என்னை
உள்ளுக்குள் இழுத்து மூழ்க
செல்வதாய் தோன்றியது....

என் மனமும் கூட
எங்கோ சிறைப்பட்டு
போன போது தப்பித்து
சிறகிழந்த நிலையில்
கட்டாந்தரையில் வந்து
பொத்தென்று விழும்
பறவைப்போல் விழுந்தது...

எங்கும் எதிலும் தீரா
ஒரு வெற்றிடம்
என்னை உயிருடன்
கொல்வதை உணர்ந்தேன்....

என்னில் நான் அணுவணுவாய்
சிதைக்கப்பட்டு போவதை
முதல் முறையாக
உணர்ந்த போது தான்....

எனக்கான ஒரு புது உலகை
என்னில் உருவாக்க தோன்றியது
எனக்கு மட்டுமே
விளங்கும் பாஷையில்
என்னோடு மட்டுமே
உறவாட கூடிய தனிமை
என் முதல் தோழியானாள்...

அவளோடு கூட இலவச
இணைப்பாக வந்தவர்கள் தான்
கற்பனை என்னும் சிறகு முளைத்த
எல்லைகள் அற்ற தேவதையும்...

உயிரற்று கிடக்கும் சடலத்தை கூட
உயிர் பெற வைத்து பேச வைக்கும்
எழுத்து என்னும் ராட்ஷசியும்...

இப்போது என் உலகம்
இம்மூன்று தேவதைகளினாலும்
மிக அழகாய் நேர்த்தியாய்
வடிவமைக்கப் பட்டுள்ளது...

என்ன விந்தை இது
இப்போதும் நான் இன்னமும்
தினம் தினம் உயிருடன்
கொல்லப்படுகிறேன்...

ஆனால் வெற்றிடத்தில் அல்ல
என் பிரிய ராட்ஷசியின்
மடியில் அமர்ந்து
என்னை சுமந்து திரியும்
தேவதையின் சிறகுகளில்
பயணப்பட்டுக் கொண்டே....

மெச்சுருட்டியானவள்

இனிமையான பேச்சுக்கு
சொந்தக்காரி
தனிமையில் மட்டுமே இனிமை
காணும் தனிமைவாதி

அடித்து அன்பு காட்டும்
இம்சையரசி
வலிக்காமல் அடிக்க
தெரிந்த வித்தைக்காரி

கோபமேயானாலும் கொன்று விட்டு
அணைத்துக்கொள்ளும் ராட்சஷி
உயிர் போகாமல் கொல்ல
தெரிந்த கொலைகாரி

மற்றவர் துயரில் பங்கெடுத்து
ஆறுதல் சொல்லும் பாசக்காரி
தன் துயரையும் வேதனையையும்
வெளிப்படுத்த விரும்பாத
மௌன விரதம் கொண்டவள்

அடுத்தவர் கண்களில் கண்ணீர்
கண்டதும் கண் கலங்கி
அவரின் கண்ணீர் துடைப்பவள்
தன் கண்ணீரை நான்கு
சுவற்றுக்குள் மட்டுமே
காட்டும் அழுத்தக்காரி

சுற்றியுள்ளவர்களின்
தேவை அறிந்தவள்
தன் தேவையை பிறர்
அறியா வண்ணம்
மறைக்க தெரிந்த கைகாரி

அழுத்தமான பேச்சும்
புன்னகை மாறா முகமும்
ஆளுமை குணமும்
தன் அடையாளமாய் கொண்டு
வலம் வருபவள்

'நாங்க இவ்ளோ கஷ்டத்ததையும்
பிரச்சனையும் சொல்றோமே
உனக்கு எதும் இல்லையா'
என்று கேட்பவர் முன்பு
'யார் சொன்னா' என்று
சின்னஞ்சிறு புன்னகை என்னும்
முகமுடி அணிந்து
தன்னில் தன்னை தேடும்
பெண்ணுக்கான பெயர் தான்

மெச்சுருட்டி.....

என்னுள் நான்

வலிமை......
எது அவளின் வலிமை என்று
எனக்குள் ஒரு தேடல்
ஆரம்பமானது.....
படித்து வாங்கிய பட்டங்களின்
எண்ணிக்கை தான்
அவளின் வலிமையோ
அப்படியென்றால்
ஏன் இந்த பட்டதாரி
பெண்களின் தற்கொலைகள்???

பிறந்தது முதல்
உணவு போல் ஊட்டி
வளர்க்கப்படும் வீரமோ
பிறகு எப்படி இந்த
கயவர்களின் கையில்
சிக்கி சீரழிக்கப்பட்டு
காணா பிணமாய் போகும்
அவல நிலை???

பணமும் வசதியுடன் கூடிய
ஆடம்பர வாழ்க்கையோ
இது உண்மையாய்
இருக்கும் பட்சத்தில்
தன்னிலை மறந்து
நிம்மதியை தேடி அலையும்
போதையுடன் கூடிய
ஒரு தேடல் எதற்காக???

ஒரு வேளை சுற்றியுள்ள
உறவுகளாக இருக்குமோ
ஆம் அப்படி தான்
இருக்க வேண்டும் என்று
நான் முடிவெடுத்த மறுகணம்
தனிமையில் சிந்தும்
கண்ணீர் எதற்காக என்ற
கேள்வி என்னுள் எழுந்தது

மீண்டும் என் தேடல்
எது அவளின் வலிமை
என்று தொடர்ந்தது....
நிற்க ???

அவளிடம் தேடிய நான்
என்னிடம் தேட மறந்தேன்
ஆம் இப்போது என் வலிமை
எது என்று என்னில் தேடினேன்
தனிமையில் நான் சிந்தும்
கண்ணீர் என் வலிமை அல்ல
கண்ணீருக்கு பின் வரும்
என் நம்பிக்கை இல்லையில்லை
தன்னம்பிக்கை
ஆம் என் வலிமை
என் தன்னம்பிக்கை மட்டுமே

கோடிகளில் புரண்டு வாழ்ந்தாலும்
உயிரை போல் நேசிக்கும்
உறவுகள் உடன் இருந்தாலும்
கல்வியறிவும் வாழ்வியல் கல்வியும்
கொட்டிக்கிடந்தாலும்
என்னுள் நான் கொண்டுள்ள
எந்தன் மீதான அசைக்க முடியாத நம்பிக்கையே
ஒரு பெண்ணாய் என்னை
என்றும் வலிமை கொள்ள செய்வது.

கனவு தேவதை

சின்னஞ்சிறு கைகளில் தவழும்
பாஃபி டால் பொம்மைகளாய்....
சோறுட்ட தாய் கை காட்டும்
விண்வெளி நட்சத்திரமாய்.....
கார்டூன்களில் காட்டப்படும்
தொட்டவுடன் பூ பூக்கும் இளவரசியாய்.... கனவுகளில்
பரிசளித்து
கண்சிமிட்டி அழகாய் சிரிக்கும்
தேவதை அவள்....

கவிகளின் நாயகியாய்.....
கற்பனையின் தூரிகையாய்.....
வண்ண வண்ண மின்மினியாய்.....
வளைய வரும் பட்டாம்பூச்சியாய்....
சிறகடித்து பறக்கும்
தேவதை பெண் அவள்....

ஆம் அவளுக்குள் தான்
உணர்வும் இல்லை....
உணர்ச்சிகளும் இல்லை.....
கனவுமில்லை.....
காயமும் இல்லை....
வலியுமில்லை.....
வேதனையுமில்லை......
இப்படியே ஒரு
தேவதை பெண்ணாக நான்....

என் கனவுலகில் மட்டும்......

முகமுடிகள் பலவிதம்

புன்னகை மாறாத முகமும்
பிறர் மனம் புண்படாத வண்ணம்
வம்பிழுக்கும் சண்டைகாரியாய்

சட்டென கோபம் கொண்டு
பட்டென மறக்கும் பட்டாம்பூச்சியாய்
சுற்றியுள்ள சூழலை கலகலப்பாய்
மாற்றுவதில் கைதேர்ந்தவளாய்

அவளுக்கென்ன என்று
முதுகிற்கு பின்னாடியும்
உன்னக்கென்ன குறை என்று
முகத்திற்கு முன்னும் கூறும் வண்ணம்
அனேக முகமுடிகள் இதுவரை அணிந்தவளாய்
எப்படி வாழ்ந்தேனோ

அப்படியே அன்றும்
எவ்வித எதிர்பார்ப்பும் இன்றி
எவரின் வரவையும் எதிர் நோக்காமல்
எவரின் பரிதாப பார்வையையும்
கணபொழுதும் காணாமல்
ஒருவரின் முகத்திலும்
சிறு சலிப்பை கூட காணாமல்

என் வண்ண வண்ண
முகமுடிகளை கலைத்து
கண்ணீரில் தோய்ந்து கலையிழந்த
என் உண்மை முகத்தை காட்டாமல்
சடுதியாய் என் இறுதி நாள் அமைய
தினம் தினம் இறைவனை
வேண்டிடும் நான்.....

இரவின் அரசன்

நடு இரவில் ஊளையிடும் நாய்களின்
ஊமைக்குரலுக்கு சொந்தக்காரன்
விண்ணில் மின்னும் நட்சத்திரங்களின்
நம்பிக்கைக்கு உரியவன்
இவன் முகம் கண்டு வெட்கத்தால்
தன்னை மூடிக்கொள்ளும்
அமாவாசை நிலவின் நாயகன்
இசையில் தன்னை தொலைத்தவன்
பூத்துக்குலுங்கும் பூக்களின் காவலன்
தனிமையின் இனிய காதலன்
முகம் காட்ட மறுக்கும்
முகமுடி கொள்ளையன்

வெண்பனி தூவி மதி மயக்கும்
வெண்{பெண்} நிலவையும்
கண்சிமிட்டி இரகசியம் பேசும்
நட்சத்திரங்களையும்
பூத்துக்குலுங்கி மணம் வீசி
மனம் மயக்கம் பூக்களையும்
இன்னிசையின் மழையில்
எட்ட நின்று
தொடாமல் ரசிக்கும்....
இரவின் அரசன்.....

நானும் என் தனிமையும்

நான் கொஞ்சியும் கெஞ்சியும்
உருகியும் மருவியும் உழன்றும்
விளையாடி மகிழும் என் காதலன்....

நான் மெய் மறந்து இரசித்து
அணுஅணுவாய் என்னில்
உட்கொள்ளும் என் மணவாளன்....

தோளில் சாய்ந்து கைகள் கோர்த்து
கதைகள் பல பேசி காலம்
கடத்தும் என் தோழன்....

என்னை எனக்கு படம் பிடித்து
என் உள்ளான மனிதனை காட்டும்
அழகிய மாய கண்ணாடி....

என் எண்ணங்களுக்கு
வடிவம் கொடுத்து வகையருத்து
பட்டை தீட்டும் பொற்க்கொல்லனின்
இருட்டு பட்டரை.....

நான் சென்று காணயியலா
பல இடங்களுக்கு கற்பனை
என்னும் சிறகை முளைக்க செய்து
என்னை அழைத்து சென்று
ஏக்கம் தீர்க்கும் என்
ஆத்மார்த்த படகோட்டி....

வென்று வெளி வர முடியாத போராட்டங்களில் சிக்கி
தவிக்ககையில் என்னை பக்குவமாய்
நடத்தி செல்லும் என் இரத சாரதி.....

இருள் என்னும் என்
முகத்திரையை விடுத்து
எனக்கு நானே உடுத்திக்கொண்ட
என் வண்ணமிகும் ஆழகிய ஆடை.....

வெளி உலக வாழ்வை எதிர்க்கொள்ள
முகமுடி என்னும் கேடயம் மாட்டி
அழகு படுத்தும் என் ஒப்பற்ற
ஒப்பனை கலைஞன்.....

மொத்தத்தில் என் தாயின்
கருவறைக்கு பின் நான்
எண்ணமற்று மகிழ்ந்து உலாவும்
என் அற்புத உலகம் { உறைவிடம் }

என் தனிமை❤❤❤

காணக்கிடைக்காத தருணங்கள்

இரண்டு மாத கை குழந்தையுடன்
உறங்கி கொண்டிருக்கும் போது
தூக்கத்தில் மென்மையாய்
கணீரென்ற சத்தத்துடன் விழி மூடி
எதை கண்டு அப்படி சிரித்தானோ
ஆனால் நாங்கள் தூக்கம் கலைந்து
அவனை ரசித்த தருணம்....

மூன்று மாத குழந்தையாய்
பாட்டியின் மடியில் அமர்ந்து
அம்மா காட்டு செல்லம் என்றபோது
எதிரில் அமர்ந்திருந்த அவள்
அம்மாவை விடுத்து
அவள் பின்னால் மறைந்து
எட்டிப் பார்த்துக் கொண்டிருந்த
என்னை தன் கண்களால்
அவள் காட்டிய தருணம்....
{ அக்கா மகள் }

15 மாத குழந்தையாய் குட்டை
பாவாடையை தூக்கிக் கொண்டு
தட்டி தட்டி அவள் ஓடிய அழகும்
ஓடும் போது ஏற்பட்ட
பின் அசைவுகளும்
அடடா ! எத்தனை பேரழகு !
காண கண் கோடி இல்லையே
என்று நின்ற தருணம்....

உறவுகள் கூடி நின்று
"அம்மா சொல்லு" "அப்பா சொல்லு "
" தாத்தா சொல்லு " என்று அவளை
{ அண்ணன் மகள்} ஆளாளுக்கு

தூக்கிக் கொஞ்சி சொல்லி தர
அவளோ அழகாய் தன் குயில்
போன்ற மென்மை குரலால் " த்த "
என்ற போது பெருமை பொங்க நான்
அனைவரையும் பார்த்த தருணம்....

"அத்தை அடிச்சிடாங்க "என்று
அழுது கொண்டு தன் தந்தையிடம்
என்னை கை காட்டி கொண்டே
என் தம்பி மகன் சொல்ல
" இதோ நான் அடிக்குறேன் " என்று
என் தம்பி என்னை நெருங்க
" நீ ஒன்னு வேணா போ " என்று
அவனுக்கு முன்னால் ஓடி வந்து
என் மடியில் அவன் அமர்ந்து
தன் தந்தைக்கு அழகு காட்டிய தருணம்.....

ஒரு வயது குழந்தையுடன்
ஆர்மிக்கார கணவனுடன்
என் தங்கையும் கிளம்ப
வழியனுப்ப சென்ற என் கழுத்தை
கட்டிக்கொண்டு அவள் பிள்ளை
போக மறுக்க சுற்றியிருந்தோர்
வியந்தும் அகன்றும்
பார்த்த தருணம்.....

இப்படியாகவே நினைவுகளில்
மட்டும் நீங்காமல்
அழகாய் இம்சித்து அழியாமல்
வாழும் மீண்டும் காணக்கிடைக்காத
தருணங்கள் பல....

எதிர்பார்ப்பு

வண்ண வண்ண பலூன்
வேண்டும் என்று சொல்லி
அழுது அடம் பிடித்து
ஒற்றை சாக்லெட் கண்டதும்
வண்ண பலூனை மறந்து
அழுகையையும் துறந்து
துள்ளி குதிப்பது போல.....

நட்சத்திரங்களை கையில்
பிடித்து மகிழ எண்ணி
மின்மினி பூச்சிகளின்
மினுங்கும் தோற்றம் கண்டதும்
நட்சத்திரங்கள் மறந்து
குதூகலிப்பது போல....

கடை தெருவில் காண்பது
எல்லாம் வேண்டும் என்று
சற்றே கொஞ்சம்
கெஞ்சலுடன் கேட்கும் போது
ஒரே ஒரு பாஃபி டால்
பொம்மை வாங்கி தந்ததும்
எல்லாமே கிடைத்து விட்டது
போன்ற உணர்வோடு
எல்லையில்லா இன்பம்
காண்பது போல.....

பெரிய பெரிய எதிர்பார்ப்புகளை
சின்ன சின்ன விசயங்களிலேயே
அடக்கி நம்மை
ஆட்கொண்டு விடுகிறது
இவ்வாழ்க்கை...🎁🎁🎁

தனிமையின் தனிமை

துன்பத்திலும் தனிமை....
இன்பத்திலும் தனிமை....

கண்ணீரிலும் தனிமை....
கவலையிலும் தனிமை....

கோவத்திலும் தனிமை....
நிதானத்திலும் தனிமை....

ஏக்கத்திலும் தனிமை....
ஏமாற்றங்களிலும் தனிமை....

இழப்பின் வலியிலும் தனிமை....
காதலின் நிறைவிலும் தனிமை....

எல்லாவித உணர்வுகளிலும்
தனிமை! தனிமை! தனிமை!

என்ன தான் உள்ளது அந்த
தனிமையில் என்று காண
யாருமில்லா சாலையில்...

சில்லென்ற குளில் காற்றில்...

புதிதாக பூப்பெய்திய
பூக்களின் வாசத்தோடும்...

ரிங்காரம் இசைக்கும்
வண்டுகளில் சத்தத்தோடும்...

காதலோடு கொஞ்சும்
வெண்ணிலவின் பிரகாசத்தோடும்...

நிலவை சொந்தம் பாராட்ட
நினைத்து மூடி மறைக்கும்
மேக கூட்டத்தோடும்....

கண்சிமிட்டி சிரிக்கும்
நட்சத்திர தோழிகளோடும்...

நீண்ட நெடிய பயணத்தில்
தன்னிலை மறந்து
நிம்மதியாய் உறங்கி போனதாம்
நம்மிடம் சிக்கி
சின்னா பின்னமாகும்
இந்த பாவப்பட்ட
வாயில்லா பூச்சியான

தனிமை 🙂🙂

ஆள் இல்லா நெடுஞ்சாலை

இடைவிடாத மக்களின்
பெரும் கூச்சலும்...
ஓயாத வாகன இரைச்சலும்...
ஹாரன் சத்தங்களுக்கு
மத்தியில்....
பஞ்சமே இல்லாமல்
பரபரப்பாய்
இயங்கிக்கொண்டுதான்
உள்ளது நம் தேசிய
நெடுஞ்சாலைகள்....

ஆனால்....
கையேந்தி நிற்கும்
ஒரு கூட்ட மக்களையும்....
கையேந்த வெட்கப்பட்டு
தலை கவிழ்ந்து ஓரம்
அமர்ந்து அழும் இன்னொரு
கூட்ட மக்களையும்....

எதிர்கால கனவோடு
எங்கோ பிரயாணம் போனவன்
எதிர்பாராமல் விபத்தில் சிக்க
உயிர் துடிக்கும் நிலை கண்டும்...
உதவி செய்ய மனம் அற்று...

அவசரமாய் ஒரு
புகைப்படமோ செல்பியோ
எடுத்து மனம் உருக்கும்
வரிகளுடன் அழகாய்
ஒரு பதிவு சமூக வலை
தளத்தில் பதிவிட்டு...

லைக்குகளை தேடும் ஒரு
கூட்டம் இருக்கும் வரையில்
மனிதம் செத்து பிணங்கள்
மட்டுமே நடமாடும் ஆளில்லா
நெடுஞ்சாலைகள் தான்
நம் தேசிய சாலைகள்....

கரு சிதைவு

பெண்பிள்ளை பெறாத பெரும்
பாக்கியம் செய்தவர்களே....

ஈறைந்து மாதம் தவம் இருந்து
பெற்றெடுத்த எம் மலர்களை
பிஞ்சென்றும் பாராது
நாசம் செய்திடவே
நரகாசூரன்களை பெற்றவர்களே
தாங்கள் அல்லவோ
பாக்கியம் செய்தவர்கள்.....

உடன் பிறந்தவள்
இல்லை என்பதால்
பார்க்கும் மலர்கள் எல்லாம்
பறித்து கசக்கி முகர்ந்து
எறிந்திடவே என்று
பவனிவரும் பலவான்களே....
தங்கள் உயிர் அணுவிலும் " X "
அணுக்கள் உள்ளது
என்பதை மறந்தீரோ ???

ஏதே ஏதோ காய் நகர்த்தி
கண் கட்டு மாய்மாலமாய்
சதுரங்கம் ஆட்டம் ஆடி
முன் வாசல் வழி மறந்து
ஓட்டையின் வழியாய்
குற்றமற்றவன் என்று
நிருபிக்க பாடுபடும்
கருப்பு அங்கியால்
வெண்ணுடையை மறைத்து
இருளை நடமாட செய்ய

சத்திய பிரமாணம் செய்து
பொய்யுரையா புலவர்களே.....
கண்ணெதிரே கயவன் நிற்க
கை கூப்பி நீதி வேண்டி
கயவனால் கருவருக்கப்பட்ட
கூட்டம் நிற்க.....
போதிய சாட்சிகள் இல்லை
என்று சொல்லி
கட்டுண்ட மனதோடு
செயல் பட்டேன் என்பதற்கு
ஆதாரமாக வெறும்
எழுதுகோலின் நுனியை
மட்டும் உடைத்து விட்டு
" குற்றமற்றவன் " என்று எழுதி
செல்லும் மகா கனம் பொருந்திய
நீதியரசர்களே....

தங்கள் குலம் தழைக்க
வாழ்க்கைப்பட்ட குலவதிகள்
தங்கள் வம்சத்திலும்
உண்டென்பதை மறந்தீரோ ???

நல்லதையும் பாராமல்
தீயதையும் பாராமல்
கண்கட்டி நிற்கும்
நீதி தேவதையே....
கண் திறந்து கொஞ்சம் பாரடி....

நிலா காட்டி சோறுட்டும்
பிஞ்சு மழலையையும்
இங்கு விடவில்லை....

பள்ளி சென்று பாடம் பயிலும்
பைங்கிளியையும் விடவில்லை....

புன்னகை சிந்திய கண்ணீர்கள்

கனவுகள் பல சுமந்து
கல்லூரி சென்றிடும்
கன்னியையும் விடவில்லை....

பதியின் பாரம் பாதி ஏற்று
பணி செல்லும் பெண்களையும்
இங்கு விட்டுவைக்கவில்லை.....

எப்போது அழைப்பு வரும்
இறைவணடி சேர்ந்திடவே என்று
ஏக்கத்தோடு காத்திருக்கும்
கிழவியையும் விடவில்லை...

சுள்ளி பொறுக்க செல்லும்
பொட்டல் காட்டிலும்
பயம் தீரவில்லை....
பட்டங்கள் பல பெற்று
பகுத்தறிவோடு பட்டணம்
போயும் பயம் தீரவில்லை...

நீதி தேதையே...
நீயும் பெண் தானே...
பெண்ணான நீ ஒரு
பெண்ணிற்கு தீங்கிழைப்பயோ
என்று நம்பி வந்த நாங்கள்
முட்டாள் ஜனங்களே...

பாவம் நீ என்ன செய்வாய்
உன் பார்வை பரிக்கப்பட்டு
முற்சந்தியில் நீ நிறுத்தப்பட்டு
ஆண்டுகள் பல ஓடியதை
இன்னமும் அறியாமல்
நீதி தேவதை நானே என்ற
பிரம்மையில் வாழ்ந்துக்
கொண்டுள்ளாய் போலும்...

இனி என்ன செய்திட முடியும்
ஒரே ஒரு விதியை
மாற்றி எழுதிடுவோம்...
ஆம்.... கனவிலும் தீங்கு
நினையாது கருவில்
சுமக்கும் இறைவியே....
உன்னில் உதித்த சிசு பெண்
கரு என்று கண்டாயானால்
சீர்கெட்ட பூமியில்
சீரழிவதை காட்டிலும்
உன் கருவிலே சிதைத்து விடு....
பெற்றெடுத்து பின் தினம்
தினம் பிரசவ வலியை
அனுபவிப்பதை காட்டிலும்...
ஒரே முறை உடலாலும்
மனதாலும் மொத்த
வலியையும் அனுபவித்து
சிதைத்து விடு......

இறைவி

ஈரைந்து மாதங்கள்
கருவில் சுமந்தவள்
தன் உயிர் நோக
தரணியில் என்னை
ஈன்றவள் இறைவியானால்....

கருவில் கரு உதித்த
நாள் முதல் கொண்டு
பூ போல் மெல்ல தாங்கியும்
மசக்கையில் விழி சொருகி
வாடிய நேரமெல்லாம்
உப்பு புளி காரம் உவர்ப்பு
என வேண்டிய போதெல்லம்
பணிவிடை செய்த
அப்பத்தாவும் அம்மாயியும்
மீண்டுமொரு முறை
இறைவிகளாய் மாறினர்...

பக்குவமாய் பராமரித்து
பிள்ளையும் பெற்றிட
பால் மட்டுமே தாய் கொடுக்க
நான் இருக்கேன் அண்ணி
நீங்க தூங்குங்க என்று
தூங்காமல் தாலாட்டு பாடி
கருவில் சுமக்காமலே தன்
மடியிலும் தோளிலும் சுமந்த
அத்தையும் இறைவியாய்
உரு மாறிப்போனாளே....

தத்தி தத்தி தவழும் போதே
தவறு எது என்பதை மனம் நோகாமல்
அழகாய் எடுத்துரைத்தவளும்

எனக்கு பாதி உனக்கு பாதி
என்று ஈகையின் பண்பினை
ஈன்றவளுக்கு முன் பாடமாக்கிய
என் முன் உதித்து நான்
கருவில் உருவான நாள் முதல்
காத்திருந்த இன்னொரு தாய்
என் தமக்கையும் இறைவியே....

அழகாய் மீசை வைத்து
கர்வமாய் நடந்தவனை
அப்பா என்ற உலகின் உன்னத
உயர் பதவி அளித்து
என் மீசையின் அர்த்தம் அறிய
பிறன் முன் என்னை
ஆண்மகனாய் காட்டிய
என்னவளும் இங்கு
இறைவியாய் மாறிய
விந்தையை என்ன சொல்ல....

ஆண் மகனான எனக்குள்ளும்
தாயன்பை துளிர்க்க செய்து
பயம் இன்றி வாழ்ந்தனை
தடம்மாறி நடவாமல்
பக்குவமாய் பாடம் நடத்தும்
ஆசானாய் வந்துதிர்த்த
அழகு ராணி என் மகளும்
என்னை காக்கும் இறைவியாய்
கண்முன் நிற்கின்றாளே....

கடமையின் வலி

பாரெங்கிலும் பயங்கரம்...
பரவி கிடந்ததே உயிர்கொல்லி...
உயிரை காக்கவே உத்தரவிட்டனர்
ஊரடங்கை உறுதி படுத்தினர்....

பயம் அறியா மக்கள் கூட்டம்
தெருக்களிலே நடமாட்டம்
உன்னிப்பாய் கண்காணித்தே
உத்தரவை மதிப்பேன் என்று
உறுதி மொழி கூற வைத்தேன்

பஞ்சம் போக்கவே பரதேசிகளாய்
பல ஊரிலிருந்த வந்தவர்கள்
பாதையெல்லாம் தடைப்பட
பொடி நடையாய் புறப்பட்டனர்

போகும் உயிர் தன் மண்ணிலே
போக வேண்டும் என்று
நினைத்தனரோ... அல்ல.....
தன் உயிரான உறவுகளை
இறுதியாய் ஒரு முறை
காண நினைத்தனரோ...
நான் அறியேன்... ஆனால்...

பலி ஆடுகள் போலவே
பயணமாய் போனவர்களை
பார்க்கையிலே
மனமெல்லாம் ரணமாக
கண்ணிரண்டும் குளமாக
பக்குவமாய் எடுத்துரைத்து
பத்திரமாய் தங்க வைத்தேன்...

பல திட்டங்கள் தீட்டி
சட்டம் போட்டோம்....
அந்தோ பரிதாபம்....
குறையவுமில்லை....
முடியவுமில்லை....
பெருகிக்கொண்டே போனது...

உணவு பரிமாற உண்ணாமல்
உறங்காமல் காத்திருக்கும்
பெற்றவளை மறந்தேன்...
பஞ்சு போல என் நெஞ்சில்
வளர்ந்திருக்கும் பசுபுல்லில்
பாய் விரித்து தூங்கும் என்
வஞ்சியவளையும் மறந்தேன்...

பட்டாம்பூச்சி போல
படபடவென்று கண் சிமிட்டி
காலையிலே "டாடா" சொல்லி
மாலையில் வாசலிலே நின்று
எதிர்பார்த்து காத்திருக்கும்
என் கண்மணிகளை மறந்தேன்...

கால்கள் தள்ளாடிட
கண்களில் நோவுண்டாக
உடல் மொத்தம் வலுவிழந்து
கொஞ்சமாய் ஒரு
இளைப்பாறுதலை
கெஞ்சி கேட்டிடவே
சின்னதா ஒரு இடம் தேடி
சற்றே கண்ணயர்ந்தேன்...
சடுதியாய் ஒரு தகவல் வர
மொத்தமும் மறந்து போக
விரைந்தே புறப்பட்டு
பிரச்சனையை தீர்க்க சென்றேன்...

புன்னகை சிந்திய கண்ணீர்கள்

பசி மறந்தேன்.. தூக்கம் துறந்தேன்..
பாதுகாப்பு... பாதுகாப்பு...
என்று பரபரப்புடன்
"பணி செய்து மடிவதே
என் மாபெரும் தவம்"
என்ற மனநிறைவுடன்
ஓடிக்கொண்டிருந்தேன்...

என் பணியில் என்ன
குறை கண்டனரோ...
இதோ.... இன்று....
அதே பாதுகாப்பிற்காக...
பொறுப்பற்ற கோமகன்களால்
கட்டவிழ்த்து விடப்பட்ட
காய்ந்து போய் பித்தம் கொண்ட
காட்டு யானை போன்ற
மதியிழந்த மக்களை
அடக்கி வைப்பதற்கும்...
தறி கெட்டு தள்ளாடும்
தண்ணீரின் மைந்தர்களை
தாங்கிப்பிடிப்பதற்கும்...
மது கடையின் முன்பாக
பணியமர்த்தப் பட்டேன்...

மக்கள் சேவையில்
மனம் மகிழ்ந்த நான் இன்று கடமையில்
கலையிழந்து போனேன்...
உணர்ச்சிகள் அற்ற
விஞ்ஞான பொம்மையாய்....
சொல்வதை செய்யும்
கைப்பிள்ளையாய்....
ரணமுடன் கூடிய வலியோடு
உயிருள்ள பொம்மையாய்...
மீண்டும் ஓடுகிறேன்...
பணி செய்து கிடப்பதே
என் மாபெரும் கடமை என.....

படைப்பின் பிழை

"அரியது கேட்டின் வரிவடி வேலோய்
அரிதரிது மானிடர் ஆதல் அரிது
மானிடர் ஆயினும் கூன் குருடு
செவிடு பேடு நீங்கி பிறத்தல் அரிது"

என்ற பழம்பெரும் காவிய
வரிகளில் உள்ளது போல
அரிதல் வரம் இன்றி பிறந்த
அற்ப மானிடனின் வரிகள் இது.

சான் பிள்ளையானாலும்
ஆண் பிள்ளை வேண்டும் என்று
வரம் கேட்டு பிறந்தவன்....

பத்து மாதம் வரையில்
பாகுபாடின்றியே வளர்ந்தேன்..
தீராத ஜீரத்தினால்
படுக்கையில் விழுந்தேன்....

அந்தோ பரிதாபம்........
முன் ஜென்ம வினையோ ??
பெற்றோரின் பாவ பலனோ ??
முன்னோரின் சாப கணக்கோ ??
தலைமுறை கடந்து வந்து
என் தலையில் பலித்தது...
கால்கள் தன் செயல் இழக்க
முடவனாய் முடங்கி போனேன்....

வினையின் பலனை
அறுவடைசெய்ய தயங்கிய
பெற்றவனின் வெறுப்புக்கு ஆளானேன்...

கருவில் சுமந்தவளோ கண் கலங்கி
கண்மணி போல கருத்தாய்
காத்திட சபதம் பூண்டாள்...

பள்ளி வாழ்க்கையோ
பாடாய் படுத்தியது
காலையும் மாலையும்
பிறர் துணை வேண்டி நிற்க
போதுமடா சாமி என்று
பாதியிலே முழுக்கு போட்டேன்...

நாட்கள் யுகமாய் நகர
அரும்பு மீசையும்
அழகாய் எட்டி பார்க்க
பெற்றவளோ பதறி போனாள்...

ஆம்பிளை ஆகிட்டானே
துணை தேட வேண்டுமே
புருஷ லட்ஷணமாம்
உத்தியோகம் வேண்டுமே என்று
கை தொழில் ஒன்றை தேர்வு செய்து
கருத்தாய் கற்றிடவும் வைத்து துட்சமாய் எண்ணிய பிறர்
கண்முன்
கம்பீரமாய் நிற்க வைத்தாள்...

துணை தேட செல்கையிலே
பிறவி பலன் வந்து முட்டியதே...
அரிதான வரம் இன்றி பிறந்ததாலோ
அற்பமாய் எண்ணப்பட்டேன்..

யார் செய்த வினை இது ???
எவர் இங்கு அனுபவிப்பது ???
இரத்தமும் சதையுமாய்
கண் முன் உலவும் என்னை
கூன் குருடு செவிடு என்று
புறக்கணித்தல் நியாயமோ ???

என்னில் உயிரில்லையா ???
உணர்வுகள் இல்லையா ???
எவனோ செய்த வினைக்கு
என்னில் பலன் எழுதி
விளையாட நான் என்ன
களி மண் பொம்மையோ ???

படைப்பில் பிழை செய்தவனே
என் கண் முன் வாராயோ நீ
என் போன்ற பிழையோடு
ஒரு பிறவியாவது எடுத்து
நீ வாழ வேண்டும் என்று
சாபம் கூறி என் பிறவியின்
பயன் அடைந்திடுவேன்....

மரம்

பாலைவன யாத்திரையில்
பயணப்பட்டு திரிவோர்
போன்று வாழ்வோரின்
பார்வைக்கு குளிர்ச்சியும்...

குளிர்ந்த தென்றல் காற்றை
மாசில்லாமல் வழங்கி
இளைப்பாற இடம் அளித்து...

பல ஜீவன்கள் கூடு கட்டி
உயிர் வாழ கூடாரமாக
பச்சைப் பட்டாடை உடுத்தி
ஒய்யாரமாய் வீற்றிருந்தேன்...
என்னே பரிதாபம்....
ஒவ்வொரு இலையும்
காய்ந்து சருகாய்
என்னில் இருந்து உதிர்ந்து...

என்னில் வாழ்ந்த உயிர்கள்
எங்கோ பறந்து செல்ல..
என் நிழலையும் நான்
வெறுக்கும் வண்ணம்
பொலிவிழந்து போனேன்...
பட்டமரமாய் பலரின் பரியாச
பார்வைக்கு ஆளானேன்...

என்னில் நிகழ்ந்த
மாற்றங்களினால் கலங்கி
என் ஜீவனை என்னில்
மீண்டும் தாரும் என்று
அவனை கண்ணோக்கினேன்...

செங்கதிரோன் அவனோ
அழகான அந்திப் பொழுதில்
அமைதியாய் கடந்து செல்ல
காரிருள் என்னை சூழ்ந்தது...
என் கண்ணீரும் அந்த இருளில்
கரைந்து மறைந்து போனது...

மீண்டும் என் ஆதவன்
துயில் கலைந்து எழும்
மழலைப்போல கண் விழித்து
என் முன் உதிக்க கண்டேன்...

இதோ... காய்ந்த என் சரீரம்
திரும்ப உயிர் பெற்று சிறுச்சிறு
பச்சிலைகள் இளம் தளிராய்
என்னில் துளிர்க்கக் கண்டேன்....

இலையுதிர் காலம் முடிந்து
வசந்த கால ஆரம்பம்
என்னில் இருந்தே புதிதாய்
தொடங்கக் கண்டேன்...

களஞ்சியம்

மடியில் தூக்கி வைத்து
கொஞ்சி விளையாடியதில்லை...
ஒரு பிடி உணவும்
இதுவரை ஊட்டியதில்லை...

கை நீட்டி அடித்ததுமில்லை...
அதட்டி உருட்டி வசைபாட்டு
பாடியதும் இல்லை....

என் தாயின் அன்பில்
ஒரு சிறு துளி அளவும்
குறையாத அன்பை என்
தந்தையின் கண்களில்
காண முடியும்...

நான் அவர் தோழியா
இல்லை அவர் என் தோழனா
என்று அறியா வண்ணம்
எங்களின் சம்பாஷனை
நேரம் கடந்து செல்லும் போது
அவருக்கு மட்டுமே விளங்கும்
என் அன்னையின் மெல்லிய
சமிக்கை சத்தமே கடிவாளமாய்
எங்களை திசை திருப்பும்....

தன் துணையே தன்னில் பாதி
என்பதை இன்றளவும் மீறாமல்
அற்புதமான வாழ்க்கைப்
பாடம் நடத்திய என்
அதி உன்னத ஆசான்....

எது நடந்தாலும் துளியேனும்
கலங்காமல் தடைகளை
தன்னம்பிக்கையுடன் தகர்த்துச்
செல்ல கற்றுத்தந்தவர்...

எதிர்மறையான சூழலில் கூட
தன் தன்மை மாற்றிக்கொள்ளாத
காட்டாற்று வெள்ளம் போல
கடந்து போக பழக்குவித்தவர்...

வார்த்தையால் அல்ல
வாழ்க்கையாய் வாழ்ந்து
கொண்டிருக்கும் என்
ஒப்பற்ற களஞ்சியம்
என் அப்பா....

நகர்வலம்

படித்து வாங்கிய பட்டங்களுக்கு மதிப்பில்லாமல்
போனதாலே
தண்டச்சோறு என்ற
வார்த்தையை மாற்றிடவும்
தன் நிமித்தம் பட்ட
கடன்களை அடைப்பதற்காகவும்
தனக்கு பின் பிறந்தோரின்
வாழ்வை வண்ணமயமாக்கவும்
திரவியம் ஈட்டவே
சென்றதோர் கூட்டம்...

நம்பிய வானம் ஏமாற்றிடவும்
பொழிய வேண்டிய மழையும்
இங்கு பொய்யானதாலும்
தரம் கெட்ட அரசியலால்
சோறு போட்ட பூமியும் தான்
சுடுகாடாய் உருமாற
மண்ணை நம்பி வாழ்வோரின்
நிலைமையெல்லாம்
தலைகீழாய் மாறிப்போக
பஞ்சம் போக்கவே பட்டணம் தேடி
சென்றதோர் கூட்டம்...

கட்டையிலே போகையிலே
கைதாங்க வருவாங்க என்று
கண்ணுக்குள்ள வச்சு
காவகாத்த குலமக்களால்
நரம்புகளை அறுப்பது போன்ற
சுடு சொற்கள் தாங்காமல்
நட்டாற்று வெள்ளத்துல
நாதியற்று நின்றவன் போல
காணா பிணமாய் போகவே

நடை பிணமாய் வீதியிலே
சென்றதோர் கூட்டம்...

மண்ணில் உயிர் சாயும் வரை
தொடர வேண்டிய உறவுகளின்
ஏமாற்றத்தாலும் பிரிவினாலும்
நம்பிக்கை துரோகத்தினாலும்
உருகுலைந்து ஊர் துறந்து
ஊர்வலமாய் நகர்வலம்
சென்றதோர் கூட்டம்...

மொத்தத்தில்......

உயிருள்ள பிணங்களாய்
மனம் முழுக்க இரணமாய்
ஏதேதோ காரணங்களால்
எங்கெங்கோ போனவர்கள் தான்
நம் புலம் பெயர் தொழிலாளர்கள்...

முள் கிரீடம்

இறைவனின் படைப்பில்
மிக விசித்திரமானது
பெண் எனும் பிறவி....

எத்தனை எத்தனை
வண்ணங்களினால்
வடிவமைக்கப்பட்டு
சூட்டப்படும் அழகிய
கிரீடங்களை சுமந்து
திரியும் தேவதை
பெண்கள் அவர்கள்.....

அன்னை வளர்ப்பின்
மகத்துவம் என்னும்
மணி கிரீடத்தை
மண்ணில் மறையும் வரையில்
மறவாமல் சுமப்பவள்....

கடமை என்னும் கனமான
கிரீடத்தை நாளைய விடியலை
எண்ணி கண்ணுறங்கா
கனவுகளில் சுமப்பவள்...

உடன் பிறப்புகள் உறவுகள்
என்னும் உயிர்களின்
நம்பிக்கையும் அன்பையும்
இறுதிவரை சிறிதும்
குறையாமல் கருவில்
சுமப்பது போல் சுமப்பவள்...

குடும்ப கௌரவம் என்னும்
கோடாரியை நித்தமும்
சுமந்து திரிபவள்...

இதில் எங்கும் சிறு பிழை
நேர்ந்து விடாமல்
சம நிலை மனதுடன்
முள் கிரீடம் சுமக்கும்
தேவதைகள்... ஆம்...

முள்ளில் நடந்தாலும்
வலியை காட்டாமல்....
கண்ணீரை மறைத்து
கலங்காமல் நின்று....

சிதறிய கண்ணாடி
துண்டுகளாய் இதயம்
சிதறி போனாலும்
மெல்லிய புன்னகையால்
கடந்துப் போக கருவில்
இருந்தே காலத்தால்
கற்பிக்கப்பட்ட கிரீடம்
சுமக்கும் தேவதைகள்....

என் பயணம்

தங்க கூண்டில் அடைப்பட்ட
கிளி போல் வாழ்ந்தவளுக்கு
பகுதி நேர விடுதலையாய்
அமைவது தான் பேருந்து பயணம்...

அதிலும் ஜன்னலோர
இருக்கை என்றால்
அளவில்லா பேரானந்தம்
ஓடி வந்து என்னில் குடிகொள்ளும்...

அடம் பிடித்து வாங்கிய
குச்சி மிட்டாயை அவசரமாய்
வாயில் சொருகிக் கொண்டு...

உடன் பயணித்து வரும்
மேக கூட்டத்துடன் செல்லமாய்
கொஞ்சி குலாவிக் கொள்வது
ஒரு வகை இன்பமே....

காடுகளையும் மலைகளையும்
கடந்து செல்லும் போதோ
அப்பப்பா மா மலை
தோற்று என் பின்னால்
ஓடி ஒளிந்துக் கொண்டதாகவே
ஒரு மமதையில் மனம் துள்ளும்...

கடந்துச் செல்லும் மரங்களின்
எண்ணிக்கையை கணக்கிட்டு
கடைசியில் மீண்டும்
முதலில் இருந்தே துவங்கும் போது
ஒரு சின்ன ஏமாற்றமேயானாலும்
அதுவும் அழகிய இன்பமே...

என் விடுதலையில்
பங்கு பெறுவதற்காகவே
ஓடி வரும் மழைத் தூரலை
காணும் போது கிளி வாழ்வு
அனைத்தும் மறந்து போய்....

ஜன்னலுக்கு வெளியே
மெல்ல என் கைகளை நீட்டி
மழைத்தூரலை தொட்டுப்
பார்த்து நான் கொள்ளும்
ஆனந்தத்திற்காகவே இன்னும்
கொஞ்ச நேரம் மழையின்
தூரல் நீடித்து வரும்...

பலருக்கு தாலாட்டு பாடி
தூங்க வைக்கும் பேருந்து பயணமோ
என்னை மட்டும் துளி நேரமும்
தூங்க விடாமல் இம்சித்து
இரசிக்க வைத்து
இன்பம் கொள்ள செய்யும்....

மாயம் செய்யும் புன்னகை

என்னடா வாழ்க்கை இது
என்றெண்ணியே..
தன்னிலை மறந்தவனாய்
திக்கேதும் தெரியாமல்
எவ்வித சலனமும் இன்றி
கால் போன பாதையில்
நடத்து சென்றேன்...

முகம் காணா நபர்களின்
மத்தியில் வாழ முடிவெடுத்து
இரயில் பயணம் மேற்க்கொண்டு
ஜன்னலோர இருக்கையில்
தஞ்சம் அடைந்தேன்.....

எதை பார்க்கின்றேனோ
என்று தெரியாமலும்
யார் பார்க்கின்றார்களோ
என்பதையும் உணராமலும்
வெளியில் வேடிக்கை
பார்க்க துவங்கினேன்...

என் சட்டை காலரை யாரோ
பிடித்திழுக்க சட்டென
தன்னிலை பெற்று திரும்பினேன்...
" சாரி தம்பி குழந்தை தெரியாம....."
என்று ஏதோ சொல்லும் முன்பாக
நான் அவளைக் கண்டேன்...

தன் கோலி குண்டு போன்ற
முட்டை கண்களை சுழற்றி
சுழற்றி என்னை பார்த்தபடி....

சிதறிய முத்துக்கள் போல
ஆங்காங்கே தெரியும்
வெண் பற்கள் தெரிய
வெள்ளந்தியாய் சிரித்தக்கொண்டு...

பஞ்சு போன்ற தன் பிஞ்சு கரங்களை
என்னை நோக்கி நீட்டினாள்...
அவள் நீட்டிய கரத்தை தொட்ட
நொடியில் ஏதோ மாயம் செய்தாள்...

என்னுள் சிதைந்த கண்ணாடி
துகள்கள் அனைத்தும்
அழகாய் ஒன்று கூடி
நம்பிக்கை என்னும் பிம்பத்தை
மீண்டும் என்னுள் உருவாக்கியது...

இப்போதும் என் பயணம்
தடையில்லாமல் தொடர்ந்தது
ஆனால்.... புதிதாய் பிறந்த
குழந்தையைப் போல
நம்பிக்கை என்னும் என் தாயின்
கரம் பிடித்து புது உலகை காண
என் பயணம் தொடர்ந்தது....

{ குழந்தை மட்டுமல்ல முகமறிய
நபர்களுக்கு முன் நாம் சிந்தும் சிறு
புன்னகை விலைமதிப்பில்லாதது ♥♥ }

இருள் வண்ணம்

இருள் மட்டுமே இனி என்
வாழ்வு என்றான போது
பாதை காட்டி வழி நடத்தும்
ஒளி பிம்பம் தோன்றி...

மரித்துப் போய் நிறம் அற்ற
என் எண்ணங்களை கலைத்து
வண்ணங்களை தூவியது....

என்னில் தூவிய
வண்ணங்களை சுமந்து
சிறகுகளே இல்லாமல்
பட்டாம்பூச்சியாய் இன்ப
வானில் பல வண்ண
கனவுகளோடு வலம் வந்த போது....

அனைத்து வண்ணங்களையும்
அழித்து மாயையாக்கி
மீண்டும் இருள் என்னும்
மீளா கடலில் மூழ்கடித்து
காணாமல் போனது...

கடலில் மூழ்கி காணாமல்
போவேன் என்று நினைக்க
நான் என்ன விண்ணில்
இருந்து விழும் மழைத்துளியோ...

அல்லது மலையில் பிறந்து
அருவியாய் வாழாமல்
காட்டாற்றுவெள்ளத்தில் சிக்கி
கடலில் வந்து சங்கமிக்கும்
ஆற்று வெள்ளமோ...

அல்லவே..... கடலில் வீழ்ந்து
பெரும் அலைகளில்
சிக்குண்டு தவித்தாலும்
தளராமல் கரை வந்து சேரும்
கட்டு மரமடா நான்...

இப்பொழுதும் என் வாழ்வு
இருளில் தான் ஆனால்....
இருளின் மறைவில்
முக்காடிட்டு வாழாமல்

காரிருளுக்கு மாலையிட்டு
எண்ணங்களினால் பல
வண்ண மலர்கள் நிறைந்த
பூந்சோலையை உருவாக்கி
இன்பம் காண்பவள் நான்....

புரட்சி

தன்னில் பாதியான
தன் மணையாளிக்கு
தான் ஈன்றவளுக்கு
வழங்கும் நீதியில்
சம உரிமையும் சமத்துவமும்...

இரண்டாவது குழந்தையும்
பெண் குழந்தையே
பிறந்துள்ளது என்ன சேதியை
தாதியர் சொல்லும் போது
முகம் கோணாமல்
என் வாரிசு என்றும்
இதுவே போதும் என்றும்
முழு மனதாய் ஏற்றிடவும்...

மேடைகளில் அழகாய்
பெண் உரிமை பற்றியும்
சமத்துவம் பற்றியும்
வாய் கிழிய பேசுபவர்களும்...

உதிரத்தை எழுது கோலில் ஊற்றி
உயிர் சிலிர்க்கும் வார்த்தைகளால்
கவி பாடுவோர்களும்
என்று தங்கள் செயலில்
காண்பிக்கின்றனரோ அன்றே
புரட்சி தீ பிறந்ததென்று
முழுதாய் எண்ணுவேன்....

ஏக்கம்

காலையில் எழுந்தது முதல்
அமைதியாய் காத்திருந்து
காலை உணவு ஆயத்தம்
செய்யப்பட்ட உடனே
வந்தமர்ந்து "கா" "கா"
என்றழைக்கும் காகத்தை
கண்ட மாத்திரத்தில்....

என்றோ ஒருவர் சொன்னதை
நினைவில் வைத்துக்கொண்டு
"ஐ ஆயா வந்துட்டாங்க "
என்று உள்ளே ஓடிச்சென்று
தன் பிஞ்சு கரங்களினால்
ஒரு பிடி சோறு அள்ளி வரும்
என் அழகு ராணியவளை
காணும் போதும் சரி....

சோறு வைக்க அவள் வரும் போது
சிறு துளியும் பயமின்றி
துள்ளி குதித்துக்கொண்டு
அவளின் அருகில் வரும்
காகத்தை காணும் போதும் சரி...

அவள் வைக்கும் சோற்று
பருக்கைகளில் ஒன்றையேனும்
மீதம் வைக்காமல் தன் அலகால்
ஒவ்வொன்றையும்
கொத்தி அழகாய் தின்னும்
காகத்தை காணும் போதும் சரி....

இது வரையில் என்னுள்
இல்லாத பித்ருக்கள்
குறித்த நம்பிக்கையும் கூட
ஒரு நிமிடம் ஆட்டம் கண்டு
ஏக்கமாய் உருமாறி விடுகிறது...

அழியா நினைவுகள்
என்னும் சாம்ராஜ்யத்தில்
பிரிவின் பிம்பமாய்
வாழ்வதை காட்டிலும்....

இன்பமாய் நான் உண்ணும்
உணவில் என்னோடு
சேர்ந்து உண்ணும்
ஏதோ ஒரு உருவமாய்
என் அருகில் நீ இப்படியே
இருந்துவிட்டால் நலமே
என்று தோன்றுகிறது....

......அம்மா......❣❣❣

வேண்டாதவை

எனக்கு வேண்டவே வேண்டாம்
சடங்கும் வேண்டாம்
சம்பிரதாயமும் வேண்டாம்
பெரு வாழ்வு வாழ கனவு கண்டு
மணக்கோலம் பூண்டவள்
மண்ணவனை இழந்து நிற்கையில்
அவள் வேதனையின் மத்தியில்
செய்யப்படுவது சடங்கானால்
அது எனக்கு வேண்டாம்....
மணக்கோலத்தில் வாழ்த்துப்பெற்றவள்
இன்று இடுகாடு சென்று
அமங்கலமாய் திரும்பி வர
பெறப்படும் ஆசி சடங்கானால்
அது எனக்கு வேண்டாம்...
கண்ணீரே காணாத கண்களான
என் தந்தையின் கண்களில்
வெண் புடவை உடுத்தி வரும்
தன் மகளை காண்கையில்
குற்றுயிராய் குலை நடுங்கி
கதறிஅழுதவரை நான் காண்கையில்
இந்த சடங்குகள் எனக்கு வேண்டாம்...
பத்து மாதம் கருவிலும்
பல ஆண்டுகள் மனதிலும் சுமந்து
பெற்று வளர்த்த தன் பிள்ளையின்
மணக்கோலத்தை நேரில் காண கூடாமல்
தள்ளி நின்று எட்டி பார்த்து
பரவசம் பூக்கும்
தாய் அவளை காண்கையில்
எனக்கு சடங்கும் வேண்டாம்...
சம்பிரதாயமும் வேண்டாம்........

பயணங்களின் போது

அவசர கதியில் அனைவரும்
கடந்து செல்ல
விரைந்து செல்லும் வாகனங்களில்
முண்டியடித்துக் கொண்டு
முன்னேறி செல்லும் போது
தயங்கி தயங்கி ஏற முடியாமலோ
அல்லது எப்படி ஏறுவது
என்று தெரியாமலோ
நிற்கும் ஒருவரை கண்டு
அவர்களை ஏற்றி விட்டு
பிறகு நீ உள் ஏறி செல்லும் போது...

யாசகம் வேண்டி நீட்டப்படும்
கைகளை மட்டும் காணாமல்
நீட்டும் கைகளின் பின் உள்ள
முகங்களை கண்டாயானால்
அதில் மொத்தமாய் தேங்கியுள்ள
உணர்வுகளை நீ உணரும் போது...

ஏழ்மையின் நிலையினை
தன் ஆடைகளில் சுமந்தபடி
எதிர் வரும் வாகனங்களை
நிப்பாட்டி லிப்ட் கேட்கவும்
தயங்கிய படி நிற்பவரிடம்
வலியச் சென்று " வாரீங்களா "
என்ற ஒற்றை வார்த்தையை
கேட்கும் போது....

எதிர்பாரா விபத்தில் சிக்கி
உயிர் பிழைக்க வாய்ப்பில்லை
என்ற நிலையில்
எட்ட நின்று வேடிக்கை பார்க்கும்
கூட்டத்தினருக்கு மத்தியில்
அருகில் சென்று அவன்
கரங்களைப் பற்றி ஆதரவாய்
தலை கோதும் போது
பிரியின் ஜீவன் கூட
பரிதவிப்பில்லாமல் பிரியும்
அந்த தருணம்....

துன்பங்களை மாற்றி
இன்பங்களை தருவதற்காக
சொர்கத்தின் வாசல் வரை
அழைத்துச் செல்லும்
தேவதையாகவே நீயும்
காட்சி தருவாய்...

மௌன புன்னகை

இவ்வளவு வயசுக்கு பிறகும்
உம்மை யாருப்பா
வேலைக்கு போக சொல்றா
நீ அவசியம் போகனுமா
என்ற மகனின் ஏக்கம்
மிகும் கேள்விகளுக்கு முன்
மௌனம் மட்டுமே ஒற்றை
பதிலாக வெளிப்பட்டது
எண்பதுகளை நெருங்கும்
தந்தையவர்களிடமிருந்து....

அறியா பருவமதில் என்றோ
தொடங்கி ஓட்டம்
இன்று வரை ஓய்ந்தபாடில்லை...

உழைத்தே பழகிய உடம்பு
ஓய்வை விரும்பி ஏற்றதில்லை...

அரக்க பறக்க நடந்த கால்கள்
தளர்ந்து அமர மறுக்கின்றன...

கொடுக்க மட்டுமே நீட்டிய
கரங்கள் இன்று
பெருவதற்கு நீட்ட மறுக்கின்றன...

ஆளுமையோடு வலம்
வந்த மனமும்
மருவித்தான் போகுது இங்கே...

உள்ளமும் உணர்வும்
பாசமும் தன்மானமும்
முட்டி மோதி நடத்தும்
இந்த யுத்த களத்தில்
இறுதியில் ஜெயிப்பதென்னமோ
வயோதிபம் மட்டுமே...

ஊமையாய் அழும்
உள்ளத்தின் உண்மையை
உணர்ந்திடா மகனின்
மன நிலையைக் கண்டு
சிரிப்பதா அழுவதா
என்பதை அறியாமல்
விரக்தியாய் ஒரு போலி
புன்னகையை மட்டுமே
மௌனமாய் வீச முடிந்தது....

திரையரங்கம்

பலவகையான கொண்டாட்டங்கள்
கண்கவர் வேடிக்கைகள்
மேள தாளமுடன் ஆடல் பாடல்கள்..

பாலாபிஷேகத்துடன் கூடிய
பக்தி பரவச நிலைகள் என்று
களைக் கட்டிய திரையரங்குகளின்
இன்னொரு கதை அறிவோமா....

கச்சேரியோ கலாட்டாவோ
எப்படிப்பட்ட கூச்சலுக்கிடையிலும்
மூன்று மணி நேரம் நிம்மதியான
தூக்கம் வேண்டி வருவோர்...

குடுப்பணியின் சுமை மறந்து
கொஞ்சமாய் இளைப்பாருதலுக்காய்
கரை ஒதுங்கும் கண்ணீரில்
நீந்தும் மீன்கள் இங்கே ஏராளம்...

வேலை தேடி வலுவிழந்து
விரக்தியின் உச்சத்தில்
புத்துணர்ச்சிக்காக சிறிது நேர
மாய உலகம் வரும் இளையவர்
கூட்டமும் உண்டு...

யாசகம் வேண்டி பெற்றதை
பவணி வரும் மேதாவிகளின்
கண்களுக்கு மறைத்து...

பத்திரமாய் எண்ணி கணக்கு
பார்த்து பாதுக்க வரும்
பரதேசியாக்கப்பட்ட
கூட்டமும் இங்குண்டு....

நெடுஞ்சாலையே வீடாக
தெரு திண்ணையே படுக்கையாக
வாழ்வோரின் கனவான...

ஒரு வேலை உணவாவது
உள் கொட்டகையில்
அமர்ந்து உண்ண விரும்பி
வரும் கூட்டமும் உண்டு...

பணியினை சிறப்பாக செய்தாலே
பலன் கிட்டும் என்று
திரையின் மறைவில் பலரும்...

கொட்டகையின் வெளியில்
கால்கடுக்க காவலிலும்
கண்ணுறங்காமல் கடமை
செய்வோரும் இங்குண்டு...

அப்பப்பா எத்தனை எத்தனை
கண்ணீரின் கதைகளைத் தான்
தன்னுள் மறைத்துள்ளதோ
இந்த திரையரங்கம்...

எனக்கானவன்

வான் தொடும் உயரமாய்
ஓங்கி வளர்ந்த மரங்களிலிருந்து
வீசும் பெருங்காற்றில் உரசி
புரியாத பாஷையில் காதல் பேசும்
மரங்களின் ஓசைக்கு நடுவில்...

கண்கவர் வண்ணங்களில்
பூத்துக் குலுங்கும் காட்டுப்
பூக்களின் நறுமணத்தில்
தன்னிலை மறந்தவளாய்...

சுற்றிலும் சூழ்ந்த ஆழிப் பேரலைகள்
தன் கண்ணாளனாம் பாறைகளோடு
நித்தமும் ஓயாமல் வந்துரசி
காதல் பேசும் அழகதனை
கள்ளத்தனமாய் இரசித்தப்படி...

யாருமற்ற தனித்தீவில்
கூவும் மொழியில் கானம் பாடும்
பறவைகளின் கானக் குரல்
என்னை காந்தமாய் ஈர்க்க....
ரீங்காரம் இசைக்கும் வண்டுகளின்
இசை மனதை வருடிச்செல்ல...

இமைப் பொழுதும் பிரியாது
என்னவனின் மார்பதனில்
சாய்ந்துறங்கும் வரம் வேண்டுமே...

என்னவன்... யார் இவன்....

காரிருளில் நான் நடக்கையில்
என் கரம் 👫 கோர்த்து நடப்பவன்...

பகல் பொழுதிலோ...
என் பாத 👣 சுவடுகளை பின்பற்றி
நிழலாய் என்னை தொடர்பவன்...

கண்ணீரோடு கணப்பொழுது
நான் கடந்திட நேரந்தாலும்
ஓடி வந்து தன் கரங்களினால்
என்னை வாரி அணைத்து
தன் நெஞ்சில் சாய்த்துக்கொள்பவன்...

அனேகருக்கு சாபமாகவும்
சிலருக்கு வரமாகவும் வாழும்
தனிமையே எனக்கான என்னவன்...

தனிமை வேண்டி வரம்

வேலையிழந்து வீடு திரும்ப
விவரம் ஏதும் அறியாமல்
நெருங்கி வரும் தன்
பிரசவ தேதியை கூறும்
மனைவியின் முகம் காணாமல்
பரிதவிப்போடு தலை
கவிழும் அந்த நொடி ....

இரவு மட்டுமே யாரோ ஒருவரால்
வழங்கப்படும் உணவிற்காக
நாள் முழுவதும் காத்திருந்து
கடைசியாக அமர்ந்தவரிடம்
வரும் போது தீர்ந்து போகும்
உணவு பொட்டலத்தால்
மன்னியுங்கள் என்று கூறி
அவர் கடந்து செல்ல...
காத்திருந்தவரின் அந்த நிமிடம்....

சிதைந்த தன் கனவு போலவே
தன்னில் உதிர்த்த மலர்களின்
கனவுகள் கலையாமல் பாதுகாக்க
இலையில் பரிமாறும் உணவாக
தன்னையே படையலிட்டவள்
எப்போது விடியும் என்று
கசங்கிய கந்தலாய்
ஜன்னலில் பார்வை பதித்திருக்க
கடந்து போக மறுத்து
இம்சிக்கும் அந்நொடிகளிலெல்லாம்...
யாருமற்ற தனிமையை தேடி
தன்னில் சுழன்றுக் கொண்டுள்ள
தன் கண்ணீர் யாவையும்
கொட்டித் தீர்த்திட
வரம் வேண்டி தவமிருக்கின்றன
ஆறாத ரணமாய் புண் பட்ட சில மனங்கள்......

நிர்வாணம்

எனக்கு உரியவர்கள் மேல்
நான் கொண்டுள்ள அளவற்ற
அன்பின் மிகுதியால் உண்டான
என் முழு நம்பிக்கை
அசைக்கப்படும் தருணங்களில்....

நியாயமாய் எனக்கு கிடைக்க
வேண்டிய உரிமைகள்
மறுக்கப்பட்டு நய வஞ்சகமாய்
அநீதி இழைக்கப்படும்
தருணங்களில்.....

சிறுக சிறுக கவனமாய்
எனக்குள் கோட்டைக் கட்டி
அழகு பார்த்த என் கனவுகள்
சிதைக்கப்படும் தருணங்களில்....

அணுவாய் தோன்றி கருவாய் உருமாறி
புவி தன்னில் உதிக்காமலே
இறந்து போகும் சிசுவைப்போல
என்னுள் உரு பெறாமலே
என் ஆசைகள் இறந்துப் போகும்
அத்தருணங்களிலெல்லாம்....

உணவு சமைக்கையில்
அவசியமானதாய் தேடப்பட்டு
சமைத்த உணவை உண்ணும் போது
அவசியமில்லாமல் தூக்கி
எரியப்படும் கருவேப்பிலை போல
தேவையின் போது தேடப்பட்டு
பின் தூக்கி எரியப்பட்ட தருணங்களில்...

பசியின் மிகுதியால் இறைந்து
துடிக்கும் என் இரத்த நாளங்களில்
துடிப்பை குறைக்க
அரை வயிறு முட்ட தண்ணீர்
குடித்து பசி மறந்த தருணங்களில்....

நான் பட்ட அத்தனை
அவமானங்களையும்
புன்னகையுடன் கடந்து
அடைக்கப்பட்ட கதவிற்கு பின்
கண்ணீரோடு கடந்த
இரவுகளிலெல்லாம்....

என் சரீரத்தின் தோல்
முழுதும் உரிக்கப்பட்டு என்னில்
உள்ள சதைகளும் எலும்புகளும்
கூறுப்போட்டு விற்கப்பட்டு
இருள் மட்டுமே குடிக்கொண்ட
கண்ணாடி ஜாடியில் அடைக்கப்பட்ட
பிண்டாய் நான் நிர்வாணம் ஆக்கப்படுகிறேன்....

வாழ்வதற்கான அவசியம்

இறந்து விடுவதை காட்டிலும்
நிம்மதியான வாழ்வு எதுவுமில்லை
வாழ்வதை காட்டிலும்
கடினமான போராட்டம் இங்கில்லை
என்று எண்ணி தன் வாழ்வை
போக்கிக்கொள்ள நினைப்போரிடம்
என் புரியா கேள்விகளுக்கு
விடையளிக்க வேண்டுகிறேன்...

ஈரைந்து மாதம் கருத்தாய்
பத்திரமாய் பாதுகாக்கப்பட்டு
புது உலகை காண வரும் போது
ஆதரவாய் தழுவும் கைகள் இன்றி
நாற்றங்களினால் நிறைந்த
சாக்கடையிலும் குப்பைத்தொட்டியிலும்
முற்களும் கற்களும் நிறைந்த
புதர்களிலும் தூக்கி எரியப்பட்டு
அதிஷ்டத்தால் உயிர் பிழைத்து
தினம் தினம் செத்து வாழும்
சிசுவின் நிலையிலும் தங்கள்
மன வேதனை பெரியதோ.....

பத்திரமாய் போற்றி காக்கப்பட
வேண்டிய பிஞ்சு மழலை
என்பதையும் மறந்து
நாசம் செய்யப்பட்டு வீசப்படும்
குழந்தையின் வேதனையிலும்
பெரியதோ.... அல்லது....
இப்படி நாசம் செய்யப்படும்
குழந்தையைப் பெற்ற அபாக்கியவதியின்
மனவலியிலும் தங்கள் வலி பெரியதோ.....

பெற்ற பிள்ளைகளால் {அ}
சொந்த குடும்பங்களினாலேயே
வீதிக்கு அனுப்பப்பட்டு
வேறெதுவும் வேண்டாம்
உயிர் மட்டுமே வாழ்ந்தால்
போதும் என்றெண்ணி
யாசகம் வேண்டி திரிவோரின்
சொல்லில் அடங்கா மனக்
குமறலை காட்டிலும் தங்கள்
வாழ்வின் போராட்டம் அதிகமோ....

இவையெல்லாம் எங்களின்
பிரச்சனையில்லையே
மன நிம்மதியே தங்கள்
பிரச்சனை என்று சாடுவோரே...

ஒரு நிமிடம் " தான் " என்ற அந்த
மமதையின் பிடியில் இருந்து
சற்றே கொஞ்சம் கீழ் இறங்கி
கால் நடையாக நெடுஞ்சாலையில்
இயற்கை அன்னையின்
மெல்லிய தென்றலினை
அமைதியாய் உள் வாங்கி
அவளின் எழில் மிகு காட்சிகளில்
உங்களை தொலைத்து
அவளை இரசித்தப்படி
நடந்துப் பாருங்கள்.....

அப்படி செல்கையில்
போக்கிடமற்று அசதியினாலோ
அல்லது பசியினாலோ
இந்த நிமிடம் தன் உயிர்
பிரிந்தால் நலமென்று வேண்டி
தெருவோரம் படுத்துறங்கும்
நபரிடம் சில நிமிடம்
பேசித்தான் பாருங்களேன்
அவர்களை காட்டிலும் நீங்கள்
வாழ்வதற்கான அவசியத்தை
வேறு எவராலும் அவ்வளவு
அழகாய் உங்களுக்கு
புரியவைக்க முடியாது.....

இழப்பு

அழுக்கேறிய உடைகள்
உடுத்தி பலநாட்கள் ஆகின்றன
என்பதை பறைச்சாற்ற...

தூசிப்படிந்து முடுச்சிக்களுடன்
கருமையாய் மாறிய தேகமும்
காய்ந்து பரட்டையான கேசமும்
குளித்து நாட்கள் பல உருண்டதை
அப்பட்டமாய் எடுத்துரைக்க...

கன்னங்களில் குழி விழுந்து
முகம் தன் பொலிவையிழந்து
தோல் முழுவதும் சுருங்கி
வயோதிப்பத்தின் தள்ளாட்டத்தை
மறைக்காமல் காட்சிப்படுத்த...

பெரும் சப்தங்களோடு
விரைந்துச் செல்லும்
வாகனங்களிலெதிலும் தன்
கவனத்தைச் செலுத்தாமல்...

ஆள் ஆரவமற்ற ஓரப்பாதையின்
ஒதுக்குப்புறத்தில் அமர்ந்து
எங்கோ வெறித்தப்படி
கலக்கமும் கண்ணீரும்
ஏக்கமும் எதிர்ப்பார்ப்பும் நிரம்பிய
உணர்ச்சிக் குவியலான
விழிகள் கூறும் உயிரின்
ஊமை மொழி { இழப்பின் வலி }
யாதென்று அறிந்தவர்
இத்தரணியில் யாராயினுமுண்டோ....

முகாம்

நல்ல அழகிருக்கின்றது
தகுதியான படிப்பும் இருக்கின்றது
நிறைவான வருமானமுமிருக்கின்றது
போதுமான சேமிப்பும் இருக்கின்றது
விதவிதமான ஆடைகளும்
பளபளக்கும் பொன் நகைகளும்
எங்களின் செழிப்பை பறைசாற்றும்...

ஆனாலும்....

எல்லாம் இருந்தும் எங்களுக்கானதாக
இங்கு எதுவுமில்லை....

இரு நபர்கள் மட்டுமே வாழ
என்றோ அரசு வழங்கிய வீட்டில்
இன்று ஒன்பது நபர்கள் வாழ்ந்தும்
ஒரு அடி நிலம் கூட வாங்கி
சொந்தம் பாராட்ட இயலாத
துர்பாக்கியசாலிகள் நாங்கள்...

எத்தனை கோடி சம்பாதித்தும்
அவை அனைத்தும் இந்நிலையில்
செல்லா காசுகள் தான்....

பிறந்த மண்ணை குறித்த பெருமை
அனைவருக்குள்ளுமே உண்டு
ஆனால் எந்த மண்ணை குறித்து
பெருமை கொள்வதென்று
விளங்கிக் கொள்ள முடியா
ஈனப்பிறவிகள் நாங்கள்....

புன்னகை சிந்திய கண்ணீர்கள்

உயிரை காத்துக் கொள்ளவும்
வருங்கால உறவுகளை காக்கவும்
சொந்த மண்ணைத் துறந்து
அகதியாய் பிரவேசித்தோம்...

தஞ்சம் வழங்கி தங்களுக்குள் தாராளமாய்
ஏற்றுக்கொண்டனர்
ஆனால் ஆண்டுகள் பல
கழிந்தும் இன்னுமும் அகதிகள்
என்ற முத்திரையுடன்....

சற்றே சின்னசா ஒரு ஆறுதல்
எங்கள் பெண்களில் சிலர்
வெளியிடங்களில் திருமணம்
முடிந்து செல்வது....

ஆம் அவர்களாவது
தனி அறையில் நிம்மதியாய்
கை கால்களை நீட்டி புரண்டு
உறங்குவதை எண்ணியும்...

அவளுக்கு பிறக்கும் பிள்ளையின்
பெயரிலாவது சொந்த நிலம்
பதிவு செய்யப்படுவதை எண்ணியும்.....

{ முதல்முறையாக இலங்கை தமிழர் மக்களுடன் ஒரு நாள்
முழுவதும் கழிக்க நேர்ந்ததில் அவர்கள் மனதில் பதிந்துள்ள
ஏக்கத்தில் ஒன்றை மட்டுமே இங்கு பதிவு செய்துள்ளேனே
தவிர எவரின் மனதையும் காயப்படுத்தவோ அல்லது
உணர்வுகளை தூண்டவோ அல்ல }

தாயின் மடி

இருள்.......

ஏனோ உனக்கும் எனக்குமானதான
ஓர் இனம் புரியா உறவும்
பிறர் எவரும் அறியா ஓர்
பிணைப்பும் நமக்குள் உண்டு...

எங்கும் எதிலும் நாட்டமில்லாமல்
மனம் எதையோ இழந்தது
போன்று தவிக்கையில்
உன் மடியில் தான் தலை சாய
மனம் ஏங்கி தவிக்கின்றது....

பகல் முழுவதும் விழும்
பெரும் அடிகளினால்
உண்டாகும் காயம் எதையும்
வெளிக் காட்டிக்கொள்ளாமல்
போலியான புன்னகையால்
சுலபமாய் கடந்து விடும் என்னால்

இரவின் உன் மடியில்
விழும் போது எதையும் மறைக்க
மனம் விரும்புவதில்லை....

பலதரப்பட்ட அவமான
படுத்தும் பேச்சுக்களினால்
என் ஆடை களைந்து நான்
நிர்வாணமாக்கப் படுகையில்
என்னை மறைத்துக் கொள்ள
நான் தேடும் தாய் மடியும்
நின் மடி தான் என்பதை அறிவேன்...

ஆம்... என் கண்ணீரை
திரையிட்டு காட்டியதில்லை நீ....
என் கதறல்களை பரிகசித்து
பேசியதில்லை நீ....
என் இச்சைகளின் இம்சையை
இரசித்து பார்த்ததில்லை நீ....

என் வேள்வி தீயில் நான் வேகாமல்
கரை கடந்து வருவதற்கு
கரம் கொடுத்தவன் நீ...

அதனால் தானோ என்னவோ
நான் விக்கித்து நிற்கையில்
என்னை சூழ்ந்துக் கொள்வதும்
நீயாகின்றாய் என் இனிய இருளே....

சுயம் தேடும் நீர் குமிழி

ஏன் என்றும் எதற்காக என்றும்
விளங்க இயலா
கேள்விக் கனைகளுக்குள்
தன் சுயம் தொலைத்து
நிஜம் தேடும் தேவதைப்பெண்...

எழுப்படாத விதிகளை
இயற்கையின் நியதிகளாக
தன்னகத்தே கொண்டவளாய்
தன்னில் தன்னை தேடும்
விந்தை மனம் கொண்டவள்...

உறவுகள் என்ற ஒற்றை வரியில்
ஓராயிரம் வலிகளை மறைத்து
புன்னகை என்னும் மாய
திரையிட்டு புவியாளும்
நீர்க் குமிழி போன்றவள்....

நவயுக சாவித்திரிக்கள்.....

கனவுகளின் சுவடுகள்

என்னில் கருவாகி உருப்பெற்று
கானலாய் கலைந்த சொல்லப்படாத
என் கனவுகளைத் தேடி
வார்த்தையால் கோர்த்து கவி
படிக்கவிழைந்தேன்...

கல்வி முதல் கல்யாணம் வரையில்
நிராகரிக்கப்பட்ட என் கனவுகளினால்
சிந்திய கண்ணீரால் கறைப் படிந்த
என் தலையணையின் கண்ணீரின்
திட்டுக்கள் கண்ணெதிரே
கடல் போல் திரண்டு நின்று
என்னை பற்றி எழுது என்றது....

உண்ணும் உணவிலும்
உடுத்தும் உடையிலும்
பரிக்கப்பட்ட என் சுதந்திரத்தினால்
உண்டான பெரு மூச்சுக்களின் ஓலங்கள் எங்கெங்கோ
காற்றில் கலந்து கரைந்திருந்தவைகள்
ஒன்றாக கூடி என்னையும்
சேர்த்து எழுது என்றது...

மிகச்சிறிய கனவான நீண்ட
நெடிய தூக்கம் விலக்கப்படுகையில்
நான் கட்டியணைத்து கதறும்
என் பிரியமான டைரியோ
உன் கனவுகளின் சுவடுகளை
அழியாமல் சுமக்கும்
என்னையும் உடன் சேர்த்து
எழுதி விடு என்றது....

நிதர்சனம் உணர்ந்தவளாய்
என்னில் துயில் கொள்ளும்
என் கனவுகளை கலைக்காமல்
கடந்து விட்டேன்

என் கற்பனை உலகை விட்டு....

பிரபஞ்சம்

இனிமை என்னும் இசையில்
மூழ்கி நீந்த வைக்கும்
தனிமை என்பது ஒன்று தான்...
இனிமையை சுமந்து வரும்
இன்பமாய் சில நேரம்
அழுத்தங்களை திணிக்க வரும்
கொடுமையாய் பல நேரம்....

அற்புதமான ஆற்றலை
தன்னுள் கொண்டுள்ள
நினைவுகள் என்பதும் ஒன்று தான்...
நினைத்து நினைத்து தன்னில்
தானே மகிழ்ச்சிக் கொண்டு
நம்மை புத்துணர்ச்சிக் கொள்ள
வைக்கும் நேரங்கள் சில
நினைக்கவே கூடாது என்று
கதறிட செய்பவைகளும்
அதே நினைவுகளே தான்....

காய்ந்துப் போன சருகுகளைக் கூட
உயிர்ப்பிக்க வைக்கும் காதல்
என்ற உணர்வும் ஒன்றே தான்...
சிறகே இல்லாமல் தேவதையாக
வானில் பறக்க வைக்கும்
பேராற்றல் கொண்டது...
ஆனால் உயரே இமையத்தில்
குடியமர்த்தியவனையும்
பாதாளத்தில் அமிழ்த்தும்
வல்லமை படைத்ததுவும் அதுவே....

நாடக மேடையின் இறுதி பயணம்
மரணம் என்பதும் ஒன்றே தான்....
போராட்டங்களில் இருந்து
விடுதலைப் பெற்று செல்வதாக சிலர்
இழப்பின் வலியோடு
நீங்கா நினைவுகளை நெஞ்சில்
சுமந்து ஆறாத ரணங்களோடு
கண்ணீரில் வாழ்வோர் சிலர்....

ஒரே பார்வை அர்த்தங்கள் பல...
ஒரே வார்த்தை என்றாலும்
புரிதல்கள் என்பது வெவ்வேறு...

விசித்திரமான பல வினோதங்களை
தன்னகத்தே கொண்டு
விளங்கவியலா மர்மங்கள் சூழ்ந்து
கெம்பீரமாய் காட்சித்தரும்

வெற்று காகிதம்

சிறந்த ஓவியன் ஒருவன்
கையில் அகப்பட்டு
பிறர் பார்த்து அழகுறும்
ஓவியம் என்னில்
வரையப்பட ஆவல் கொண்டேன்...

ஆனால்....

காற்றின் திசையில் இழுக்கப்பட்டு
அந்தரத்தில் பறக்கும்
தூசியைப்போலானேன்....

மழலையர் கையில் சிக்குண்டு
சின்னா பின்னயாய் கிறுக்கி
கிழித்துப் போடும்
வெண் தாளாக மாறிட
ஆசைக் கொண்டேன்...

ஆனால்...

தூசியை துடைத்து கசக்கி
பிழிந்து பிறர் தூக்கிப் போடும்
குப்பை போலானேன்....

மிகச்சிறந்த கவிஞனின்
கவி வரிகளை சுமந்து
பிறரின் உணர்வுகளை
பிரதிபலிக்கும் புத்தகமாய்
உருமாற ஏக்கம் கொண்டேன்...

ஆனால்....

எவரின் கண்களிலும் அகப்படாத
இருள் வண்ணம் கொண்டு
இல்பொருளானேன்....

இறுதியில்....

கொட்டும் மழையில்
சிறுவர்கள் கிழித்து
மடித்து விடும் கப்பலாக மாறி
என் பிறவி பயன்
அடைந்திடவிழைந்தேன்....

ஆனால்...

மழையில் நனைந்து
ஊறி மறைந்து போகும்
வெற்றுக் காகிதமானேன்....

இதயம் அற்றவள்

தேவதை பெண் நான்....
ஆம்.... இதயமற்ற தேவதை நான்...

குத்தி கிழிக்கும் வார்த்தைகள்
என்னை எதுவும் செய்திட
முடியாமல் தோற்று தலை தொங்கி
திரும்பி செல்வதை நான் கண்டேன்
பாவம் அவற்றுக்கு தெரியாது
நான் இதயமற்றவள் என்பது....

கண் இமையின் காவலை கடந்து
கரை புரண்டு வரும் கண்ணீர் கூட
என் இதய கடினத்தின் முன்
நிற்க முடியாமல் தான் வந்த படியே
திரும்பி செல்லும்....

என் முன் குறுநகையோடு
வந்து நின்று என்னை தாக்கி
வீழ்த்த நினைத்த என்னை
குறித்ததான கேள்விகள் கூட
என் இதழ் சிந்தும் ஒற்றை
புன்னகையின் முன் தடுமாறி
மண்டியிட்டு மனதார மன்னிப்பு
வேண்டி கடந்துச் செல்லும்......

ஏனெனில் ஒற்றை தலையணையில்
கதவிடுக்கின் பின்னால்
காயங்களினால் ரணமான
என் இதயத்தை கழற்றி வைத்து...
புன்னகை என்னும் உருக்கொண்டு
வலம் வரும் இதயமற்ற
தேவதைப் பெண் நான்....

பெண் என்னும் அதிசயம்

கருவினில் உதிர்த்தது முதல்
கல்லறையில் இறக்கும் வரையில் விளங்கவியலா
பேரதிசயம் அவள்...

அன்னையின் மாமியாராகவும்
தந்தையின் மறு அன்னையாகவும்
மாறுபட்ட அன்பை வழங்க
கருவிலே போதிக்கப்பட்டவள்...

ஆர்ப்பரித்து கொட்டும் அருவி போன்ற
தன் கண்ணீரையெல்லாம்
இமை தாண்டா வண்ணம்
தடுப்பனை கட்டி
நான்கு சுவற்றின் மத்தியில்
அடைத்திடும் ஆற்றல் கற்றவள்....

சிதைந்து போன தன் கனவுகளின் வலியினைக் கூட
இதழின் சிறு புன்னகையில்
மறைத்திடும் மர்மம் நிறைந்தவள்...

மென்மையின் பிறப்பிடமும்
வலிமையின் இருப்பிடமும்
ஒன்றாக சேர உருவேற்றப்பட்ட
உன்னத அதிசயம்.....
பெண் என்னும் பிண்டம்...

எழுத்துக்கள்

வலிகளை மறைத்து
இதழ்கள் சிந்தும்
புன்னகையில் மட்டும்
முகமுடி இல்லை...

உணர்வுகளை மறைத்த
மயிலிறகின் மென்மையிலும்
மிருதுவான எழுதுகோலினால்
வடிக்கப்படும் எழுத்துக்களின்
வடிவிலும் சில முகமுடி
மாட்டப்பட்டு தான் உள்ளது....

சில எழுத்துக்கள் விலையுயர்ந்த
பொன்னாபரணங்களால்
அலங்கரிக்கப் பட்ட உயிரைக்
கொல்லும் கூரிய ஆயுதங்களாகவும்.....

சில எழுத்துக்களோ
கசப்பின் வண்ணம் தீட்டப்பட்டு
சிந்தும் குருதியை கட்டுப்படுத்த
பயன் படும் அருமருந்தாகவும்.....

அவமானம்

மூடிய கதவுகள் திறக்கப்படாதா
என்ற தவிப்புடன்
காத்திருப்பதற்கொத்த தருணம்...

மூடிய விழிகளின் வழியே
வழியும் கண்ணீரின்
தீரா தாபமான ஏக்கங்கள்...

சிதைந்துப் போன பல
கனவுகளின் எட்டாக்கனியான
நிறைவுதலின் உச்சத்திற்கான காத்திருப்புக்கள்...

பிறப்பினால் இயற்கையாய்
உருவான சில குறைகளின்
எச்சமான தருணங்கள்...

பல கேலி பேச்சுகளினால்
செயற்கையாய் உருவாக்கப்பட்டு
கழுவில் ஏற்றப்படும்
வலிமிகு சீண்டல்கள்.....

ஏளனங்களில் ஏராளமான
பல சறுக்கல்களின்
தலை குனிவுகள்....

அனைத்தையும் அற்புதமாய்
அள்ளிச்சேர்த்து
அடைய வேண்டிய நம்
இலக்குக்கான படிகற்கலாய்
மாற்றி வெற்றி பெறுவதே
அவமானங்களை நாம்
அவமானப்படுத்தும் தருணம்....

வெற்று சுவர்

அன்னையும் தந்தையும்
காதல் பறவைகளாக சேர்ந்து
கூடி கொஞ்சி குலாவி
தன் காதலில் திழைத்து....

காதல் நிறைவேறுதலின் சங்கமமாய்
பார் ஆள பாவேந்தனையும்
பாசத்தின் பிம்பமாக பாவையினையும் பெற்றெடுத்து...

அவனின் மழலை பேச்சினில்
அகிலம் மறந்து
அவளின் பிஞ்சு பாத சுவடின்
கொலுசோசையினில்
அகம் மகிழ்ந்து...

அண்டமே பாராட்ட வேண்டி
அழியா செல்வமாய் கல்விதனை
காட்டாற்று வெள்ளமாய்
இப்பாரினில் கற்று தேர்ந்திட
காணலான பல கனவுகளையும்
எட்டா கனியான ஏட்டினையும்
எட்டி பிடித்து நிறைவேற்றிடவே...

தன்னையும் தன் உதிரத்தினையும்
திரவியமாக்கி கரம் சேர்த்த
கால் நடையினையும்
உயிர் வாழ சோறு போட்ட
உழவு நிலத்தினையும் ...

உயிர் பிரியும் வலியுடன்
உயிரினை இரண்டாக கூறு போட்டு
விலை பேசி கை மாற்றிய பின்
எவர் கண்ணிலும் தென்பட்டுவிடாமல்
இரா சாமம் வரையில் விழித்திருந்து
கதறியழுத கண்ணீரையும்....

பலனாய் கிட்டிய பட்டம் பதவி
பார்த்து பூரித்து அழுததையும்...

பணியின் நிமித்தம் பட்டணம் போக
பதவியுயர்வினால் திரும்பவே
இயலாமல் நின்று விட
காலத்தின் சுழற்சியினால்
நகரமே கதியென்று மாறி போக....

இளமையின் எச்சில்கள்
ஏக்கமாய் திரும்பி பார்க்க
முதுமையின் முனகல்கள்
முழுவதுமாய் கட்டியணைக்க...

காதல் பறவைகளும் தங்கள்
காதலினை வளர்க்க கரம் கோர்த்து
காணாமல் கடந்து செல்ல...

மண்ணில் சரிந்து மறையும்
நாள் வரையிலும்
என்னில் அரங்கேரிய
அத்தனை அரங்கேற்றங்களையும்
காதலின் எச்சங்களையும்
நினைவுகளின் உச்சங்களையும்
சுமந்த படி ....

உயிர் உருக காத்திருப்பேன் ....
வெற்று சுவராய் நான்.....

பிணவறை

பல திமிர் பிடித்த பேச்சுகள்
அனைத்தும் மொத்தமாய்
உறங்கிப்போன இடம்....

ஆடாத ஆட்டங்களெல்லாம்
அடக்கப்பட்டு தான் என்ற
கர்வம் வேரறுக்கப்பட்ட இடம்....

ஓய்வென்பதையே காணாது
ஓடி ஓடி உழைத்த பாதங்கள்
நிரந்தரமாய் ஓய்வெடுத்துக்
கொண்டிருக்கும் இடம்....

குடும்பத்தின் உயர்வை எண்ணி
இராப்பகல் பாராது விரைந்த
கால்கள் கட்டுண்டு கிடக்கும் இடம்....

இன்பத்திலும் துன்பத்திலும்
யுகமுழுவதும் துணையாக இருப்பேன்
என்றுரைத்த பல வாக்குறுதிகள்
பொய்யாக்கப்பட்ட இடம்....

முடிவே இல்லாத இன்னல்கள்
நிறைந்த போராட்டங்கள்
முடிவு பெற்ற இடம்...

ஓரங்க நாடகங்கள் பல
நிறைவு பெற்ற இடமதுவே.....

எதிர்காலம் குறித்த கவலை
துளியேனும் இல்லாமல்
நேற்று வரை காலம் கடத்தி

இன்று அனைத்துனை கேள்விகளையும்
அடுக்கடுக்காய் முன் நிறுத்தி
விடைளிக்காமல் விடை பெற்று
விம்மலுடன் கடந்து செல்லும் பல
ஆன்மாக்களின் கண்ணீர் பூமி....

மொத்தத்தில் கேள்விகள் பல
நிறைந்த இடமும் அதுவே...
விடையே காணாத பல
கேள்விகளுக்கு பதில்
நிறைந்த இடமும் அதுவே....

உலகில் உள்ள ஒட்டு மொத்த
உணர்வுகளும் சிதைக்கப்பட்டு
புதைகுழிக்குச் செல்லும் முன்பே
உயிருடன் குழி தோண்டி
குவியலாக புதைக்கப்பட்ட
இடமும் பிணவறை என்பதே....

www.ingramcontent.com/pod-product-compliance
Lightning Source LLC
LaVergne TN
LVHW040335171026
850499LV00046B/2093

* 9 7 8 9 3 5 5 3 3 0 3 9 0 *